पंचतंत्रातील
बोधप्रद गोष्टी

अनिल किणीकर

हे पुस्तक **माझं** आहे.

....

....

मेहता पब्लिशिंग हाऊस

PANCHATANTRATIL BODHPRAD GOSHTI by ANIL KINIKAR

पंचतंत्रातील बोधप्रद गोष्टी / बालसाहित्य
लेखक : अनिल किणीकर

संस्थापक : सुनील अनिल मेहता

प्रकाशक : मेहता पब्लिशिंग हाऊस प्रा. लि.,
१९४१, सदाशिव पेठ, माडीवाले कॉलनी, पुणे – ४११०३०.
E-mail : author@mehtapublishinghouse.com
Website : www.mehtapublishinghouse.com

मुद्रक : श्री मुद्रा

प्रकाशनकाल : एप्रिल, २००३ / एप्रिल, २०११ / जुलै, २०१६ /
ऑगस्ट, २०२१ / पाचवी आवृत्ती : ऑगस्ट, २०२३

मुखपृष्ठ व आतील चित्रे : खलील खान

किंमत : ₹२३०

P Book ISBN 9789391151676

बुद्धिमान ससा

एका गुहेमध्ये एक सिंह राहत होता. तो दररोज जंगलातल्या अनेक प्राण्यांना मारून खाऊन टाकत असे. जंगलातले सारे प्राणी त्याच्या भीतीनं कापत असत.

एके दिवशी प्राण्यांनी सभा घेतली. त्या सभेत त्यांनी ठरवलं, की सिंहाकडे जाऊन त्याला विनंती करायची. काही प्राण्यांना त्यांनी प्रतिनिधी म्हणून सिंहाकडे पाठवलं.

त्यांनी सिंहाला प्रणाम केला. नंतर एका प्राण्यानं विनवणी केली, ''तुम्ही या जंगलचे राजे आहात. तुम्ही तुमच्या भोजनासाठी दररोज एका प्राण्याला मारून टाकता. एका प्राण्याला खाऊनच तुम्ही पोट भरता.''

सिंहानं डरकाळी फोडत विचारलं, "मग मी काय करू?" प्राण्यांनी विनवलं, "महाराज तुम्ही त्रास करू नका. तुमच्या भोजनासाठी आमच्यापैकी एक प्राणी दररोज तुमच्याकडे आम्ही पाठवू. तुम्हाला तुमचं भोजन दररोज वेळेवरच पाठवलं जाईल. चालेल."

सिंह काही वेळ विचार करून म्हणाला, "तुम्हा सर्वांची अशीच इच्छा असेल, तर ठीक आहे. पण लक्षात ठेवा. या नियमितपणात कधी बदल होणार नाही. कसलाही निष्काळजीपणा चालणार नाही."

त्यानंतर दररोज एक प्राणी सिंहाच्या जेवणासाठी पाठवला जाऊ लागला.

एक दिवस एका सशाची सिंहाकडे जायची पाळी आली. ससा हुशार होता. त्यानं मनातल्या मनात विचार केला, 'आता आयुष्य तर संपणारच आहे. तर मग मी सिंहाला खूश करून घेण्याचा प्रयत्न केला तर?'

असा विचार करून तो एका विहिरीच्या काठावर जाऊन आरामात बसला. त्यामुळे सिंहाकडे जायला त्याला खूप उशीर झाला.

इकडे सिंह भुकेनं हैराण झाला होता. सशाला येताना पाहून सिंहानं डरकाळी फोडली.

सिंह सशाला म्हणाला,

"एक तर तू इतका मामुली, छोटा ससा आहेस;
किती उशिरा आलास? सांग, तुला इतका उशीर का झाला?"

ससा खोटं-खोटं घाबरून भीतीनं कापत म्हणाला, "महाराज, मला उशीर झाला; पण यात माझा काही दोष नाही. आम्ही दोघं जण आपली सेवा करण्यासाठी येत होतो. पण रस्त्यामध्ये दुसऱ्या एका सिंहानं आम्हाला अडवलं. त्यानं मला पकडलं. मी त्या सिंहाला ओरडून सांगितलं, 'मला जर तू ठार केलंस, तर आमचे महाराज तुझे प्राणच घेतील.' त्या सिंहानं विचारलं, 'कोण आहेत तुझे महाराज?'

यावर मी त्याला तुमचं नाव सांगितलं.''

''माझं बोलणं ऐकून त्या सिंहाला भयंकर राग आला. तो म्हणाला, 'तू खोटं बोलतोयस.' यावर मी म्हणालो, 'खोटं नाही, मी खरंच सांगतोय. माझ्या मित्राला तुझ्याकडे कैदी म्हणून ठेव. मी आमच्या राजाला तुझ्याकडे घेऊन येतो.' ''

सशाची ही बातमी ऐकून त्या सिंहाचा राग भडकला. एक डरकाळी फोडत तो म्हणाला, ''चल, मला दाखव, तो दुसरा दुष्ट सिंह कुठे राहतो!''

त्या सिंहाला घेऊन ससा एका विहिरीजवळ आला. मग म्हणाला, ''महाराज, मला वाटतं, आपल्याला पाहून तो सिंह किल्ल्यात लपून बसला असावा.''

सिंहानं विचारलं, "कुठे आहे त्याचा किल्ला?"

विहिरीकडे बोट दाखवत ससा म्हणाला, "महाराज, हा पाहा सिंहाचा किल्ला."

ससा स्वत: विहिरीच्या काठावर उभा राहिला. सिंहसुद्धा विहिरीच्या काठावर उभा राहिला. दोघांची प्रतिबिंब विहिरीतल्या पाण्यात पडली.

ससा सिंहाला म्हणाला, "महाराज, तो पाहा माझा मित्र. त्याच्याबरोबर तुमचा

शत्रूही उभा आहे.''

सिंहानं दोघांना पाहिलं आणि भयंकर डरकाळी फोडली. डरकाळीचा आवाज विहिरीमध्ये घुमला. त्याचा प्रतिध्वनी विहिरीबाहेर ऐकू येऊ लागला.

बस्स्, आपल्या शत्रूला पकडण्यासाठी सिंहानं विहिरीत उडी मारली. तो पाण्यात बुडून मरण पावला.

तात्पर्य : शक्तीपेक्षा युक्ती श्रेष्ठ.

ढोंगी बगळा

एक खूप मोठा तलाव होता. त्यात अनेक जलचर राहत होते. तिथेच एक बगळाही राहत होता. आता म्हातारा झाल्यामुळे तो अशक्त झाला होता. त्यामुळे तो मासे पकडू शकत नव्हता. तो भुकेनं व्याकूळ व्हायचा. मग तसाच तलावाच्या काठावर रडत बसायचा.

एकदा एक खेकडा त्याच्याजवळ गेला. बगळ्याला उदास बसलेला पाहून त्यानं विचारलं, ''मामा, तुम्ही का रडता आहात? हल्ली तुम्ही खाणंपिणंही सोडून दिलं आहे का?''

बगळा म्हणाला, ''अरे, तू बरोबर ओळखलंस. आता मी बऱ्याचदा उपवासच करतो. आता मी मासे मारून खात नाही.''

खेकड्यानं विचारलं, ''मामा, असं अचानक काय झालं?''

बगळा सांगू लागला, ''मुला, माझा जन्म या तलावाजवळच झाला. इथंच माझं सगळं आयुष्य गेलं. मला असं कळलंय की पुढल्या बारा वर्षांत इथं पाऊस पडणार नाही.''

खेकड्यानं विचारलं, ''तुम्हाला असं कुणी सांगितलं?''

बगळा म्हणाला, ''मला एका ज्योतिष्यानं ही बातमी सांगितली. या तलावात

आधीच पाणी कमी झालं आहे. उरलेलं पाणीसुद्धा आता लवकरच आटून जाईल. तलाव कोरडा झाला, की तलावात राहणारे प्राणीही मरून जातील. म्हणूनच मी दुःखी झालोय.''

बगळ्याचं बोलणं खेकड्यानं आपल्या मित्रांना सांगितलं. ते सर्व जण घाबरून बगळ्याकडे गेले. त्यांनी बगळ्याला विचारलं, ''मामा, आमचे जीव वाचतील, असा काही उपाय सांगा.''

बगळ्यानं सांगितलं, ''इथून काही अंतरावर एक मोठं सरोवर आहे. ते पाण्यानं भरलेलं आहे. तुम्ही सर्व जण तिथं गेलात, तर तुमचे प्राण वाचतील.''

यावर सर्वांनी एकदम विचारलं, ''पण आम्ही त्या सरोवरापर्यंत पोचणार कसे?''

चलाख बगळा म्हणाला, ''मी तर आता म्हातारा झालोय. पण अशा संकटाच्या वेळी तुम्हाला मदत करावी, अशी माझी इच्छा आहे. तुमची इच्छा असेल, तर मी माझ्या पाठीवरून तुम्हाला त्या सरोवरापर्यंत नेऊ शकेन.''

सर्व जण बगळ्याच्या पाठीवरून दुसऱ्या तलावाकडे जायला तयार झाले.

दुष्ट बगळा रोज एक मासा आपल्या पाठीवरून घेऊन जायचा. रस्त्यात त्या माशाला खाऊन टाकायचा. संध्याकाळी तलावाकाठी परत यायचा. अशा तऱ्हेनं त्याचा रोजचा जेवणाचा प्रश्न सुटला.

एक दिवस खेकडा म्हणाला, ''मामा, आता माझेसुद्धा प्राण वाचवा.''

बगळा असा रोज मासेच खात होता. आज खेकड्याचं मांस खावं, असा विचार करून त्यानं खेकड्याला आपल्या पाठीवर बसवलं. तो रोज ज्या मोठ्या खडकावर बसून मासे खायचा, त्या खडकापाशी उडत आला.

खेकड्यानं तिथं पडलेली हाडं पाहिली. तो सावध झाला. त्यानं बगळ्याला विचारलं, ''मामा, सरोवर किती दूर आहे? तुम्ही आता दमला असाल ना?''

खेकड्याला मूर्ख समजून बगळ्यानं उत्तर दिलं, ''अरे, कुठलं सरोवर! हा तर मी माझ्या रोजच्या जेवणाचा उपाय शोधला होता. आता तूसुद्धा मरायला तयार हो. या खडकावर बसून मी तुला खाऊन टाकणार आहे.''

हे ऐकल्यावर खेकड्यानं बगळ्याची मान पकडली. आपल्या धारदार दातांनी तो कडकडून चावला. बगळा तिथंच मरण पावला.

खेकडा कसातरी, हळूहळू आपल्या तलावापाशी परत आला. त्याला पाहिल्यावर माशांनी विचारलं, "अरे खेकड्या, तू परत कसा आलास? मामांना कुठं सोडून आलास? आम्ही त्यांची वाट पाहत बसलो आहोत."

हे ऐकून खेकडा हसू लागला. तो म्हणाला, "तो बगळा फार लबाड होता. त्यानं आपल्या सर्वांना धोका दिला. आपल्या मित्रांना तो जवळच्या खडकावर न्यायचा आणि खाऊन टाकायचा. त्याची हुशारीही माझ्या लक्षात आली, म्हणून मी वाचलो. मी त्या धूर्त बगळ्याला मारून टाकलं. आता घाबरण्याचं काही कारण नाही."

तात्पर्य : बुद्धीनं कोणत्याही संकटावर मात करता येते.

मूर्खाशी मैत्री

एका राजाजवळ एक माकड राहत होतं. त्याची राजावर फार भक्ती होती. एक दिवस राजा झोपला होता. जवळ बसून माकड पंख्यानं वारा घालत होतं. इतक्यात एक माशी राजाच्या नाकावर बसली. माकडानं माशीला पंख्यानं उडवून दिलं. पण माशी परत राजाच्या नाकावर येऊन बसली. माकड पुन्हा पुन्हा माशीला उडवत होतं. माशी पुन्हा पुन्हा राजाच्या अंगावर बसत होती.

माकडाला फार संताप आला. त्या मूर्ख आणि चंचल माकडानं राजाच्या जवळ ठेवलेली धारदार तलवार उचलली. माशी अचानक राजाच्या छातीवर बसली. माकडानं मागचा-पुढचा विचार न करता तलवार उचलली; फटकन माशीवर

मारली. माशी तर उडून गेली; पण धारदार तलवारीनं राजाचे दोन तुकडे झाले.

तात्पर्य : शहाण्या माणसानं मूर्ख सेवक ठेवू नये.

चतुर कोल्हा

एका जंगलात एका सिंहाचं राज्य होतं. त्याचे दोन सेवक होते. एक कोल्हा व दुसरा लांडगा.

एक दिवस सिंहानं दाट जंगलात एक उंटीण पाहिली. तिला नुकतंच छोटं पिल्लू झालं होतं. त्यामुळे आपल्या कळपातून बाजूला पडून मागे राहिली होती.

सिंहानं एका फटकाऱ्यात तिला मारून टाकलं. सिंह आणि त्याचा परिवार पोटभर खाऊन तृप्त झाले होते. तो प्रेमानं उंटिणीच्या पिल्लाला आपल्या गुहेत घेऊन आला. त्याला म्हणाला, ''आता तू घाबरू नकोस, इथून पुढे तू या जंगलातच राहा.''

एक दिवस एका प्रचंड जंगली हत्तीशी त्या सिंहाची लढाई झाली. या लढाईत हत्तीच्या तीक्ष्ण दातांमुळे तो गंभीररीत्या जखमी झाला.

दोन-तीन दिवस झाले. सिंह भुकेनं व्याकूळ झाला. तो आपल्या सेवकांना म्हणाला, ''एखादा प्राणी माझ्याकडे घेऊन या. त्याला मारून मी तुमची व माझी भूक भागवीन.''

कोल्हा, लांडगा आणि उंट– तिघे जण एखादा प्राणी मिळतोय का, ते शोधत हिंडू लागले. संध्याकाळ झाली, तरी त्यांना शिकार काही मिळाली नाही. तेव्हा चतुर कोल्ह्यानं विचार केला, की या उंटालाच मारून का खाऊ नये? पण महाराजांचं तर त्याच्यावर फार प्रेम आहे. उंटाला मारायला ते काही सहज तयार होणार नाहीत.

थोडासा विचार करून कोल्हा उंटाला म्हणाला, ''महाराज भुकेनं फार व्याकूळ

झाले आहेत. ते जर जिवंत राहिले नाहीत, तर आपल्या सर्वांच्या जगण्यालाही काही अर्थ राहणार नाही.''

उंट म्हणाला, ''तू काही तरी युक्ती सांग.''

त्यावर कोल्हा म्हणाला, ''तू तुझं हे शरीर महाराजांना अर्पण करून टाक.''

उंटानं त्याचं म्हणणं मोठ्या आनंदानं मान्य केलं.

ते सर्व जण सिंहाकडे गेले.

कोल्हा म्हणाला, ''महाराज, आम्ही सगळ्यांनी खूप शोध केला. आता संध्याकाळ झाली. आज भोजनासाठी एकही प्राणी मिळाला नाही. आता उंट त्याचं शरीर तुम्हाला अर्पण करेल.''

सिंह म्हणाला, ''ठीक आहे.''

सिंहाचं बोलणं ऐकून लांडगा आणि कोल्हा उंटावर तुटून पडले आणि त्या दोघांनी उंटाला मारून टाकलं.

तात्पर्य : धूर्ताची मैत्री नेहमीच घातक असते.

कासव आणि हंस

एका सरोवरामध्ये एक कासव राहत होतं. दोन हंस त्याचे मित्र होते. दोघांचंही त्या कासवावर खूप प्रेम होतं. ते दोघं दररोज सरोवराकाठी येऊन कासवाबरोबर गप्पागोष्टी करत असत.

काही काळानंतर सरोवरातलं पाणी कमी होऊन आटू लागलं. त्यामुळे दोन्ही हंसांना वाईट वाटलं. ते कासवाला म्हणाले, ''मित्रा, आता या सरोवरात फक्त चिखलच राहिला आहे. तू आता इथं कसा राहशील? आम्ही त्याबद्दल बराच विचार केला. आम्हाला फारच वाईट वाटतंय.''

कासव म्हणालं, ‘‘अरे, तुमचं म्हणणं बरोबर आहे. आता इथं राहणं कठीण झालं आहे. तुम्ही पाणी असलेल्या दुसऱ्या एखाद्या तळ्याचा शोध घ्या.’’

एक हंस म्हणाला, ‘‘आम्ही थोड्याच अंतरावर एक सरोवर पाहून आलो आहोत. पण तू इतक्या लांब कसा येशील, याची काळजी वाटते.’’

कासवानं थोडा वेळ विचार केला. मग ते म्हणालं, ‘‘एक उपाय

आहे. तुम्ही एक काठी शोधून आणा. त्या काठीचं एक-एक टोक तुम्ही दोघं आपापल्या चोचीत धरून उडत राहा. मी ती काठी तोंडात पकडून लटकत राहीन. अशा प्रकारे तुम्ही मला सरोवरापर्यंत घेऊन चला.''

दोन्ही हंसांना कासवाचं म्हणणं पटलं. त्यांनी एक काठी आणली. कासवानं ती काठी तोंडात घट्ट धरली.

एक हंस कासवाला म्हणाला, ''हे बघ, तू काठी तोंडात धरून लटकलेला आहेस. उडत असताना काहीही झालं, तरी तोंड उघडू नकोस. तू थोडं जरी तोंड उघडलंस, तरी खाली पडून मरून जाशील.''

कासव काठीला लटकलं आणि दोन्ही हंस उडू लागले.

जमिनीवर असलेल्या लोकांनी त्यांना आकाशातून उडत जाताना पाहिलं. ते जोरजोरात आरडाओरडा करून बोलू लागले, ''अरे पाहा, दोन हंस कोणाला तरी घेऊन उडत चालले आहेत.''

आरडा-ओरडा ऐकून कासवाला राहवलं नाही.

त्यानं हंसांना विचारलं, ''हा कसला आरडाओरडा चालू आहे?''

कासव एवढं बोलतंय न बोलतंय, तोच काठी तोंडातून निसटल्यामुळे ते खाली पडलं आणि जोरात आपटलं.

तात्पर्य : चांगल्या मित्रांचा सल्ला नेहमीच ऐकावा.

दुष्टाचा न्याय

खूप वर्षांपूर्वीची गोष्ट आहे. एका झाडाच्या ढोलीमध्ये एक पक्षी राहत होता.

एक दिवस तो इतर पक्ष्यांबरोबर दाणे वेचायला निघून गेला.

त्यानंतर बरेच दिवस गेले. तो काही परत आला नाही.

एक दिवस एक ससा आला आणि त्या ढोलीमध्ये घर करून राहू लागला.

काही दिवसांनंतर तो पक्षी पण परत आला. तो सशाला म्हणाला, ''तू ही जागा सोडून जा. हे माझं घर आहे.''

ससा म्हणाला, ''आता तर मी इथे राहतो आहे, म्हणून हे माझंच घर आहे.''

दोघेजण आपापसांत चर्चा करू लागले; पण त्यातून काही मार्ग निघाला नाही, निर्णय झाला नाही.

पक्षी म्हणाला, ''चल, आपण एखाद्या योग्य व्यक्तीलाच विचारू.''

काही अंतर गेल्यावर त्यांना एक बोका दिसला. तो डोळे मिटून काहीतरी पवित्र मंत्र पुटपुटत होता.

ससा म्हणाला, ''हा योग्य वाटतोय. चल, त्याच्याकडे जाऊन निर्णय करून घेऊ.''

पक्षी म्हणाला, ‘‘नको रे बाबा, हा तर आपला जन्मजात शत्रू आहे. त्याच्यापासून लांब राहण्यातच आपलं हित आहे.’’

तरीसुद्धा ते दोघं बोक्याला म्हणाले, ‘‘महाराज, आम्हाला दोघांना न्याय द्या. आमच्यामध्ये जो अन्यायी असेल, त्याला आपण खाऊन टाकावं.’’

बोका म्हणाला, ‘‘मित्रांनो, मी आता कोणालाही मारून खाणार नाही. पण

तुम्हाला न्याय मात्र नक्की देईन. दोघं माझ्याजवळ या. आपापली बाजू सांगा. मी आता म्हातारा झालो आहे. लांबून बोललात तर मला नीट ऐकू येणार नाही.''

बोक्याचे हे गोड बोलणे ऐकून पक्ष्याला आणि सशाला खात्री वाटली. ते दोघं जण एकदम बोक्याजवळ जाऊन बसले.

बोक्यानं संधी साधून एकदम फटका मारला आणि एकाला हाताच्या पंजानं आणि दुसऱ्याला तोंडात कोंबून मारून टाकलं.

तात्पर्य : दुष्ट व्यक्तीकडून न्यायाची अपेक्षा करू नये.

नागदेवतेची सुवर्णमुद्रा

एका गावात हरिशर्मा नावाचा एक ब्राह्मण राहत होता.

एक दिवस भयंकर उकाड्यामुळे वैतागून हरिशर्मा आपल्या शेतावर गेला. तिथं एका झाडाच्या थंड सावलीमध्ये झोपून गेला.

अचानक त्याचे डोळे उघडले तेव्हा त्यानं पाहिलं, की शेतातल्या एका वारुळावर एक काळा नाग फणा उभारून बसला आहे.

हरिशर्माला वाटलं, ही कुणी वनदेवता असावी. त्यानं विचार केला, 'या नागदेवतेची पूजा केली, तर माझ्या शेतात खूप चांगलं धान्य पिकू लागेल.' तो नागाला

पाजण्यासाठी दूध घेऊन आला. त्या वारुळाजवळ त्यानं दूध ठेवलं. प्रार्थना केली, ''हे नागदेवता, आजपर्यंत मला माहीतच नव्हतं, म्हणून मी आपली पूजा-अर्चा करू शकलो नाही.''

पूजा करून तो संध्याकाळी घरी परत गेला.

दुसऱ्या दिवशी सकाळी तो शेतावर आला. ज्या भांड्यात नागदेवतेसाठी तो दूध ठेवून गेला होता, त्या भांड्यामध्ये त्याला एका सुवर्णमुद्रा आढळली.

हरिशर्मा खूष झाला आणि ती सुवर्णमुद्रा घेऊन घरी आला.

त्यानंतर तो दररोज संध्याकाळी नागदेवतेला पिण्यासाठी तिथे दूध ठेवू लागला

आणि दुसऱ्या दिवशी सकाळी त्याला एक सुवर्णमुद्रा मिळू लागली.

एके दिवशी हरिशर्माला काही कामासाठी बाहेरगावी जावं लागलं. नागदेवतेला दूध ठेवण्याचं काम त्यानं आपल्या मुलावर सोपवलं. मुलगा संध्याकाळी वारुळाजवळ दूध ठेवून आला.

दुसऱ्या दिवशी मुलगा शेतावर गेला. त्याला नेहमीप्रमाणे वारुळाजवळ एक सुवर्णमुद्रा मिळाली. त्यानं विचार केला, 'नागदेवतेचं हे वारूळ सुवर्णमुद्रांनी भरलेलं असावं. या नागाला मारून टाकलं, तर धनाचा हा प्रचंड साठा एकदम आपल्या हाती

येईल.' संध्याकाळी त्या मुलानं नागाला काठीनं बडवलं; नाग वाचला आणि त्यानं मुलालाच डंख मारला. नागदेवतेच्या विषानं मुलगा ताबडतोब मरण पावला.

हरिशर्मा बाहेरगावाहून परत आला. त्याला सर्व हकिकत कळली. तो म्हणाला, ''नागदेवतेचा काहीही दोष नाही, माझ्या लोभी मुलाचाच अपराध आहे.''

तात्पर्य : लोभी माणसाला शिक्षा व्हायलाच हवी.

लोभी माणूस आणि चक्र

एका ब्राह्मणाला चार मुलं होती. त्यांचं एकमेकांवर प्रेम होतं. गरिबीमुळे ते सगळे खूप दु:खी होते.

एक दिवस त्यांच्या मनात विचार आला, की संपत्ती नसेल तर समाजात मानसन्मान मिळत नाही. सारं आयुष्य निरर्थक ठरतं. आपण कुठेतरी बाहेर जाऊन संपत्ती मिळवली पाहिजे. निश्चय करून ते चौघेजण घराबाहेर पडले.

चालत चालत ते उज्जैन नगरात येऊन पोचले. क्षिप्रा नदीत स्नान करून महांकाळेश्वराचं दर्शन घेतलं. तिथं त्यांना भैरवानंद नावाचे एक साधू भेटले.

चारही भाऊ त्या साधूबरोबर मठात गेले. भैरवानंदांनी त्यांना विचारलं, "तुम्ही कुठून आलात? कुठे जाणार आहात? तुमच्या प्रवासाचा हेतू काय आहे?"

भाऊ म्हणाले, "आम्ही संपत्ती मिळविण्यासाठी घराबाहेर पडलो आहोत. पुरेशी संपत्ती तरी मिळवू, नाहीतर स्वत:चं आयुष्य संपवू. संपत्ती मिळवण्याचा एखादा मार्ग तुम्ही आम्हाला सांगा. त्यासाठी आम्ही काहीही करायला तयार आहोत. कुठल्याही प्रकारचं धाडस करायची आमची तयारी आहे. तुम्ही महान साधुपुरुष आहात."

भैरवानंद म्हणाले, "मी तुम्हाला चार मंतरलेले दिवे देतो. ते घेऊन तुम्ही हिमालय पर्वताच्या दिशेनं जा. वाटेत जिथे तुम्हापैकी एखाद्याच्या हातातला दिवा खाली पडेल, त्या ठिकाणी खणून पाहा. तिथे तुम्हाला अमाप संपत्ती मिळेल."

ते मंतरलेले दिवे घेऊन चारही भाऊ हिमालयाच्या दिशेनं चालू लागले. रस्त्यात एका भावाच्या हातातला दिवा खाली पडला. त्यानं तिथं खणून पाहिलं, तर ती एक तांब्याची खाण असल्याचं त्याला आढळून आलं. तो इतरांना म्हणाला, आपण पाहिजे तेवढं तांबं इथून खणून काढू या आणि परत जाऊ या.

इतर तीन भाऊ म्हणाले, "तांबं घेऊन काय होणार? आपली गरिबी काही यामुळे नाहीशी होणार नाही. आपण आणखी पुढे जाऊन पाहू या."

त्यानंतर बाकीचे तीन भाऊ पुढे निघाले.

पुढे एकाच्या हातातला दिवा एके ठिकाणी खाली पडला. त्यानं त्या ठिकाणी खणून पाहिलं, तर त्याला तिथं चांदीची खाण दिसली.

तोसुद्धा दोघा भावांना म्हणाला, "आता पुढे कशाला जायचं? हवी तेवढी चांदी

घेऊन आपण घरी परत जाऊ या.''

त्यावर दोन भाऊ म्हणाले, ''पहिल्यांदा तांब्याची खाण लागली. नंतर चांदीची. याच्यापुढे नक्कीच सोन्याची खाण असणार! म्हणून आणखी पुढे गेलं पाहिजे.''

असं म्हणून ते भाऊ चालू लागले.

ज्याला चांदीची खाण आढळली होती, त्यानं स्वत:सोबत भरपूर चांदी घेतली

आणि तिथूनच तो घरी परत गेला. उरलेले दोन्ही भाऊ आणखी पुढे चालू लागले.

बरंच अंतर गेल्यावर त्यांच्यापैकी एकाच्या हातातला दिवा खाली पडला. त्यानं त्या ठिकाणी खणून पाहिलं, तर त्याला तिथं सोन्याची खाण आढळली. तो दुसऱ्या भावाला म्हणाला, ''चला, आता तर आपलं मोठंच काम झालं! इथून पाहिजे तेवढं सोनं घेऊन आपणही घरी जाऊ या. आता यापुढे जाऊन तरी काय करायचं?''

दुसरा भाऊ म्हणाला, ''तू तर निव्वळ मूर्खच आहेस! पहिल्यांदा ताबं, नंतर चांदी

आणि त्यानंतर सोनं सापडलं आहे, तर यानंतर नक्कीच रत्नांची खाण मिळेल! म्हणून मी एकटा का होईना, पुढे जाणारच!''

सोनं मिळालेला भाऊ म्हणाला, ''ठीक आहे. तुझी इच्छाच असेल, तर तू जा. मी इथंच थांबून तुझी वाट पाहतो.''

चौथा एकटाच चालू लागला. ग्रीष्म ऋतूचे दिवस होते. भयंकर उन्हाळा होता. चालून चालून त्याला खूप तहान लागली. तहानेनं व्याकूळ होऊन तो रस्ता चुकला. थोडं अंतर चालून गेल्यावर त्याला रक्तानं माखलेला एक माणूस दिसला. त्याच्या

डोक्यावर एक चक्र फिरत होतं. त्यानं जवळ जाऊन त्याला विचारलं, ''तुम्ही कोण आहात? तुमच्या डोक्यावर हे चक्र का फिरतंय? मला खूप तहान लागली आहे. जवळपास पाणी मिळेल का?''

तो चौथा ब्राह्मणकुमार असं विचारतो आहे, तोच त्या माणसाच्या डोक्यावरचं चक्र निघून ब्राह्मणकुमाराच्या डोक्यावर येऊन फिरू लागलं.

ब्राह्मणकुमार घाबरला. त्यानं विचारलं, ''हे काय झालं? तुमच्या डोक्यावरचं चक्र माझ्या डोक्यावर कसं काय आलं?''

त्या माणसानं सांगितलं, ''हे चक्र माझ्या डोक्यावर अशाच तऱ्हेने आलं होतं.''

ब्राह्मणकुमारानं विचारलं, ''पण डोक्यावरनं ते केव्हा जाईल? या चक्रामुळे तर मला फार यातना होतायत.''

तो माणूस म्हणाला, ''तू जसा आलास, तसाच कोणी लोभी माणूस मंतरलेला दिवा घेऊन येईल. चक्राविषयी तुला विचारेल, तेव्हा हे चक्र तुझ्या डोक्यावरून निघेल आणि त्याच्या डोक्यावर फिरू लागेल.''

ब्राह्मणकुमार दु:खी झाला. त्यानं विचारलं, ''ज्या स्थितीत तुम्ही उभे होता, त्याला किती काळ लोटला?''

तो माणूस म्हणाला, ''वर्ष नक्की किती झाली, हे काही मला सांगता येणार नाही. पृथ्वीवर जेव्हा रामाचं राज्य होतं, तेव्हा मंतरलेला दिवा घेऊन माझी गरिबी दूर करण्यासाठी मी इथे आलो होतो. तेव्हा मी चक्र एका माणसाच्या डोक्यावर फिरताना पाहिलं होतं. मी त्याला त्याचं कारण विचारलं, तोच हे चक्र माझ्या डोक्यावर

आलं.''

ब्राह्मणकुमार दु:खी झाला, त्यानं पुन्हा विचारलं, ''मित्रा, इथे खाण्या-पिण्याची काही सोय आहे का?''

तो माणूस म्हणाला, ''इथे खाण्यापिण्याची काहीही सोय नाही. चक्राखाली बसून असंच आयुष्य घालवावं लागेल. धनाचे रक्षक यक्षराज कुबेर यांनी अतिलोभी माणसांसाठी या चक्राची योजना केली आहे. इथं

तहान-भूक, म्हातारपण, मृत्यू कशाचीही भीती नाही. फक्त या फिरत्या चक्रामुळे होणाऱ्या यातना सहन कराव्या लागतात.''

असं सांगून तो माणूस निघून गेला.

तात्पर्य : अतिलोभ करू नये.

बोलणारी गुहा

एका सिंहाला दिवसभर भटकूनही खाण्यासाठी एकही प्राणी मिळाला नाही. शेवटी तो एका गुहेत शिरून बसून राहिला. 'रात्री एखादा प्राणी इथं नक्कीच येईल. आज त्यालाच मारून मी माझी भूक भागवीन,' असा त्यानं विचार केला.

ती गुहा एका कोल्ह्याची होती. तो रात्री गुहेपाशी आला. तिथं सिंहाच्या पावलांच्या खुणा गुहेच्या आत गेलेल्या त्याला दिसल्या. कोल्ह्यानं नीट पाहिलं. सिंह आत तर गेला; पण बाहेर आलेला दिसत नाही. आपल्या गुहेत सिंह लपला आहे, हे कोल्ह्याच्या लक्षात आलं. तो गुहेच्या आत गेला नाही. बाहेरूनच

त्यानं हाक मारली, ''हे गुहे, तू आज गप्प का? बोलत का नाहीस? रोज मी आलो, की तू मला हाक मारतेस. आज तू बोलत का नाहीस?''

गुहेत बसलेल्या सिंहाला वाटलं, रोज गुहा बोलत असावी. मीच हाक मारून कोल्ह्याला आत बोलावतो. सिंह हाक मारून म्हणाला, ''ये, आत ये.''

सिंह आत आहे, हे कोल्ह्याला समजलं. तो ताबडतोब तिथून पळून गेला.

तात्पर्य : हुशारीनंच निर्णय घ्यावा.

हुशार बेडूक

एका जंगलात एक तळं होतं. त्यात खूप मासे, बेडूक, खेकडे राहत होते. अगदी सुखात आणि आनंदात होते ते. त्यात सहस्त्रबुद्धी आणि शतबुद्धी नावाचे दोन सुंदर मासे होते. इतर माश्यांपेक्षा ते आकाराने मोठेही होते. दोघांनाही आपल्या बुद्धीचा फार अभिमान होता.

तिथंच एकबुद्धी नावाचा एक बेडूकही पत्नीसह राहत होता. सारे बेडूक, मासे, खेकडे एकमेकांचे मित्र होते. त्यांचा एकमेकांना मुळीच त्रास नव्हता.

एकदा दोन कोळी मासे पकडून येताना या तळ्याशी आले. संध्याकाळ झाली होती. सारे पाण्यात पकडापकडी खेळत होते. कोळी तो खेळ पाहत राहिले. ''किती छान आहेत हे मासे! चल, थोडे पकडू या!'' एक जण म्हणाला.

"नको. आपल्याकडे ओझंही बरंच आहे. आपण उद्या येऊ या." दुसरा म्हणाला.

ते गेल्यावर एकबुद्धी इतरांना म्हणाला, "ऐकलंत ना ते काय म्हणाले? आपल्याला हे तळं सोडून दुसरीकडे जायला हवं."

"ते कोळी काहीही बोलतात. लगेच आपण आपलं घर सोडून पळून जायचं? ते आलेच तर मी काहीतरी युक्ती करेन." शतबुद्धी म्हणाला. बाकी सर्वांना हे पटलं.

“मला एकच कळतं. संकट येण्यापूर्वी ती जागा सोडावी.” असं म्हणत एकबुद्धी बायकोसह तिथून निघाला. बाकीचे त्यांना जाताना पाहून हसत होते.

दुसऱ्या दिवशी दोन्ही कोळी परत आले. त्यांनी पाण्यात जाळं टाकलं. “अरे बापरे! या जाळ्याच्या दोऱ्या खूपच जाड, मजबूत आहेत. यातून सुटका झाली तरच मला काही उपाय सुचेल.” सहस्त्रबुद्धी रडवेला झाला होता.

"आपण त्या एकबुद्धीचं ऐकायला हवं होतं. आता इथं आपलं मरणच ओढवणार." दुसरा एक छोटा मासा रडत म्हणाला.

कोळ्यांनी सगळ्यांना पकडून एका मोठ्या टोपलीत टाकलं. टोपली घेऊन ते निघून गेले. झुडपामागे लपून हे पाहत असलेला एकबुद्धी बायकोला म्हणाला, "बघ! आपण वेळेवर निघालो म्हणून वाचलो. नाहीतर आत्ता सर्वांबरोबर आपल्यालाही त्या टोपलीतूनच मरून जावं लागलं असतं."

तात्पर्य : बुद्धीचा योग्य वापर केला पाहिजे.

एका गावात पापबुद्धी आणि धर्मबुद्धी नावाचे दोन मित्र राहत होते. स्वभावानं एकमेकांच्या अगदी विरुद्ध! तरीही त्यांची गाढ मैत्री होती. पापबुद्धी मनानं फार दुष्ट होता, तर धर्मबुद्धी अतिशय प्रेमळ, देवभक्त होता.

एके दिवशी पापबुद्धी धर्मबुद्धीला म्हणाला, ''आपण एकत्र व्यापारउद्योग करू या का?'' धर्मबुद्धीला ती कल्पना पटली व ते दोघे जवळच्या शहरात व्यापार करण्यासाठी निघाले.

काही दिवस फायदेशीर धंदा केल्यावर पुरेसा पैसा गोळा झाल्याचं पाहून धंदा बंद करून ते गावी परत निघाले. येताना वाटेत एक अरण्य लागलं. तिथं रात्री विश्रांतीसाठी

थांबल्यावर पापबुद्धीनं सर्व पैसा आपल्याजवळ ठेवण्याचं ठरवलं. रात्रभर विचार करून त्यानं एक दुष्ट बेत आखला.

सकाळी पुन्हा प्रवास सुरू करताना पापबुद्धी धर्मबुद्धीला म्हणाला, "मी काय म्हणतो! आपण खूप पैसे कमवले आहेत. सगळे गावी घेऊन जाणं बरोबर नाही. थोडे पैसे आपण इथंच पुरून ठेवू. गरज पडेल तेव्हा गरजेपुरते पैसे काढू."

"छान कल्पना!" धर्मबुद्धी म्हणाला. त्यांनी पैसे एका वटवृक्षाखाली पुरले आणि ते गावी गेले. त्याच रात्री पापबुद्धीनं अरण्यात येऊन ते पैसे काढून नेले आणि खड्डा

पुन्हा बुजवून टाकला.

सकाळी तो धर्मबुद्धीकडे जाऊन म्हणाला, ''मला थोडे पैसे अगदी लगेच हवे आहेत. चल, पैसे काढून आणू.'' दोघे वटवृक्षाकडे गेले. पैसे नव्हतेच. तेव्हा पापबुद्धीनं आरोप केला की, त्यानंच पैसे चोरले असणार. दोघांत वाद होऊन दोघेही न्यायाधीशाकडे गेले. न्यायाधीशानं त्यांच्या निरपराध असण्याचा पुरावा मागितला. पापबुद्धी म्हणाला, की झाडावरची वनदेवी साक्षीदार आहे. दुसऱ्या दिवशी सारे वटवृक्षाखाली गेले. न्यायाधीश झाडाला उद्देशून म्हणाला, ''हे वनदेवते, खरा अपराधी कोण आहे?'' झाडातून आवाज आला, ''धर्मबुद्धीच.''

हे बोलणं चालू असताना धर्मबुद्धीनं काटक्या व पालापाचोळा गोळा करून झाडाखाली पेटवला. बराच धूर होऊन तो झाडाच्या ढोलीत शिरला, तेव्हा एक जण खोकत, डोळे चोळीत ढोलीतून बाहेर पडून पळू लागला. ते पापबुद्धीचे वडील होते. पापबुद्धीला त्याच्या गुन्ह्याबद्दल आणि दुष्टपणाबद्दल चांगलीच शिक्षा झाली.

तात्पर्य : खोटेपणाची शिक्षा होतेच.

हंस आणि घुबड

एका रानात एक हंस आणि एक घुबड यांची खूप मैत्री होती. घुबडाचं नाव कनकाक्ष आणि हंसाचं नाव होतं सुमित्र. सुमित्र हा हंसांचा राजा होता. पण कनकाक्ष एक सामान्य घुबड होतं. पण तो आपण राजा असल्याचं सुमित्रला सांगे. रोज कनकाक्ष सुमित्र राहत असलेल्या तळ्याजवळ जाऊन त्याला भेटत असे.

एक दिवस असाच तो सुमित्रला भेटायला गेला. सुमित्र म्हणाला, ''आत्ताच मी न्याय देण्याचं, भांडण सोडवण्याचं काम संपवलं. राजाला हे करावंच लागतं.''

तेवढ्यात आणखी एक तक्रार आल्याचं सुमित्रच्या मंत्र्यानं येऊन सांगितलं. सुमित्र तक्रार ऐकून परत येईपर्यंत तिथंच थांबण्याचं कनकाक्षानं कबूल केलं; पण त्याला वाटलं, ''सुमित्रला जर कळलं की मी सामान्य घुबड आहे तर तो माझी मैत्री सोडून देईल. त्याला आपण काही विशेष काम दाखवून प्रभावित केलं पाहिजे.''

कनकाक्ष अन्नासाठी रानातून उडत होता. त्याला एका ठिकाणी सैनिकांची एक

छावणी व त्यांचा सेनापती दिसला. त्याला एक कल्पना सुचली. तो सुमित्रकडे येऊन म्हणाला, ''तू माझ्या राज्यात यायला हवंस.''

''हो, येईन ना एक दिवस कधीतरी.'' सुमित्र म्हणाला.

''कधी तरी नाही; आजच. मी तुझ्याकडे रोज येतो की नाही?'' कनकाक्ष सुमित्रला त्या छावणीकडे घेऊन गेला.

''हे माझं राज्य, आणि हे माझे प्रजाजन.'' कनकाक्षानं मोठ्या गर्वानं सुमित्रला सांगितलं. सुमित्रला कनकाक्ष हा एक साधं घुबड असल्याचं माहीत होतं; पण त्याला दुखवू नये म्हणून तो म्हणाला, ''वा! तुझे सैनिक इथून निघालेत वाटतं.''

"छे, छे! माझ्या आज्ञेशिवाय कसे जातील ते?" कनकाक्ष म्हणाला. 'घू घू' असा आवाज करत जणू सैन्याला आज्ञा करत राहिला. सैन्याच्या सेनापतीनं तो आवाज ऐकून म्हटलं, "घुबड ओरडतंय, हा काही चांगला शकुन नाही. आजचं आपलं जाणं रहित करू या."

दुसऱ्या दिवशी कनकाक्ष पुन्हा सुमित्रला घेऊन तिथं आला. सैन्य कूच करायला निघालं. कनकाक्षानं घूत्कार केला. पुन्हा सैन्य थांबलं. तिसऱ्या दिवशी असंच झालं.

सेनापती घोड्यावर बसणार तोच कनकाक्षानं 'घू घू' आवाज केला. आता मात्र सेनापती चिडला. "कुठलं रे हे अपशकुनी घुबड? जरा बघा त्याच्याकडे कुणी!"

"आज या मित्रानं थोडा जादापणाच केलाय!" सुमित्र स्वतःशीच म्हणाला.

तोच एका सैनिकानं घुबडाचा नेम धरून एक बाण मारला; कनकाक्षानं ते पाहिलं आणि तो झटकन् उडून गेला, शेजारीच बसलेल्या सुमित्रच्या शरीरातून बाण आरपार गेला. तत्क्षणीच सुमित्र मरून खाली पडला.

तात्पर्य : चांगल्या मित्राशी खोटं बोलू नये.

लाकूडतोड्या आणि सिंह

एका रानात एक सिंह राहत होता. त्याच्याबरोबर नेहमी एक कोल्हा व एक कावळा असायचे. सिंहानं शिकार करून खाल्ल्यावर ते दोघं खात असत. रानाजवळ एका खेड्यात एक लाकूडतोड्या राहत होता. तो रोज कुऱ्हाड घेऊन रानात जाई व लाकडं तोडून आणी. एकदा लाकूडतोड्या झाड तोडत असताना मोठा आवाज ऐकू आला. मागे वळून पाहतो तो एक सिंह.... त्याच्याचकडे झेप घेण्याच्या पवित्र्यात उभा! लाकूडतोड्या हुशारीनं म्हणाला, ''वनराज, आपल्याला भेटून फार आनंद झाला.''

सिंह चकित झाला. ''मला भेटून आनंद? तुला माझी भीती नाही वाटत?''

"आपल्याबद्दल मला आदर आहे. आपली भेट घेण्याची माझी इच्छा होतीच. हे पाहा, माझी पत्नी अतिशय सुगरण आहे. तिचा स्वयंपाक आपण खाऊन पाहावा. तऱ्हेतऱ्हेच्या भाज्या, कोशिंबिरी, चटण्या, पक्वान्नं..."

"मी आणि चटण्या, कोशिंबिरी खाऊ? मी फक्त मांसाहारी आहे हे ठाऊक नाही वाटतं तुला?" सिंहानं अधिकच आश्चर्यानं विचारलं.

"माझ्या पत्नीच्या हातचा स्वयंपाक खाल्लात तर मांसाहार सोडून द्याल. माझी खात्री आहे." लाकूडतोड्या मोठ्या अभिमानानं म्हणाला.

सिंहानं लाकूडतोड्याची शिदोरी खाण्याचं कबूल केलं. 'बरं झालं, कोल्हा आणि कावळा माझ्याबरोबर नाहीत. नाहीतर ते मला हसलेच असते,' सिंह मनात म्हणाला.

पण ते जेवण जेवून सिंह खरंच चकित झाला. स्वयंपाक खरोखरीच चवदार होता. ''मी आजवर इतकं रुचकर अन्न कधी खाल्लंच नव्हतं.'' तो म्हणाला. ''मग रोजच आपण माझी शिदोरी खात जाऊ. महाराज, पण आपल्या मैत्रीची खबर कुणाला लागता कामा नये, आपण एकट्यानंच रोज यावं.'' सिंहानं तसं वचन दिलं.

त्यानंतर रोजच तो लाकूडतोड्यानं आणलेली शिदोरी खाऊ लागला. दिवसेंदिवस त्यांची मैत्रीही वाढू लागली. कावळा-कोल्ह्याला फार उत्सुकता लागली होती, की शिकार करणं सोडूनही सिंहाची उपासमार होत नव्हती.

''पण सिंहानं शिकार केली नाही तर आपण उपाशी मरू.'' कोल्हा विव्हळून

म्हणाला. ''बरोबर, आपण याचं कारण शोधलं पाहिजे.'' कावळा म्हणाला.

दुसऱ्या दिवशी सिंहाला कळणार नाही, अशा बेतानं त्याचा पाठलाग केला आणि लाकूडतोड्याचं जेवण खाताना सिंहाला पाहिलं. ''अच्छा, असं आहे तर!'' कावळा आणि कोल्हा म्हणाले, ''आपण सिंहाची लाकूडतोड्याशी जमलेली मैत्री तोडू. मग तो पुन्हा शिकार करू लागेल.''

संध्याकाळी कोल्हा-कावळा सिंहाची वाटच पाहत होते. ''महाराज, आपण पुन्हा शिकारीला जाऊ या ना!'' दोघं सिंहाला विनवण्या करू लागले.

''नाही, मी माझ्या मित्रामुळे मांस खाणं सोडलंय.'' सिंहानं सांगितलं.

''आम्हालाही तुमच्या मित्राला भेटायला आवडेल.'' कावळा म्हणाला.

दुसऱ्या दिवशी लाकूडतोड्या जेवणासाठी सिंहाची वाट पाहत असताना अनेक आवाज ऐकू आले. लाकूडतोड्या हुशार. तो एका उंच झाडावर चढला. दुरून त्याला सिंह, कोल्हा, कावळा येताना दिसले. ''हे असले तर माझी सिंहाशी मैत्री टिकणं शक्यच नाही.'' लाकूडतोड्या स्वत:शीच म्हणाला.

सिंह झाडाजवळ येऊन लाकूडतोड्या हाका मारू लागला. ''मित्रा, खाली ये. या माझ्या मित्रांना भेट.'' तो म्हणाला, ''फार चांगले मित्र आहेत माझे.''

''असतील,'' लाकडूतोड्या म्हणाला, ''पण महाराज, तुम्ही मला दिलेलं वचन मोडलंत. उद्या तुम्हाला मला ठार करायला ते सांगतील आणि तुम्ही ऐकाल. आता मैत्री विसरा आणि जेवणही.''

तात्पर्य : चांगली मैत्री टिकवावी लागते.

माकडं आणि तळ्यातला राक्षस

एका अरण्यात स्वच्छ पाण्यानं भरलेलं निळं तळं होतं; पण ते शापित आहे असं बोललं जायचं. त्या तळ्यात एक राक्षस राहायचा. तो कुणाला तळ्यातलं पाणी पिऊ देत नसे. कुणी प्यायलं तर राक्षस त्याला मारून टाकायचा. तळ्याभोवती खूप चविष्ट फळं पिकत होती. पण राक्षसानं ती सारी विषारी बनवली होती. रानातल्या जनावरांना हे माहीत होतं म्हणून ती त्या तळ्याच्या जवळही फिरकत नसत.

एकदा तिथे काही माकडं आली. सुंदर अरण्य, फळांनी लगडलेली झाडं बघून खूश झाली. त्यांचा राजा शहाणा होता. त्यानं तळ्याचा शाप, फळाचं विष याबद्दल

आपल्या माकडांना सांगितलं होतं. पण अरण्य खूप मोठं होतं. एकदा ती भटकताना रस्ता चुकून तळ्याच्या दुसऱ्या बाजूला पोहोचली. त्यांना तहान लागली होती. एक माकड म्हणालं, ‘‘हे बघा तळं, चला, पाणी पिऊ या.’’ सर्व माकडं तळ्याजवळ गेली. तेवढ्यात एका म्हाताऱ्या माकडाला आठवलं. ते म्हणालं, ‘‘हेच तर ते तळं नसेल? जवळ नकोच जायला.’’

थोडा वेळ सारी माकडं पाण्यापासून दूर राहिली. पण मग ती तहानेनं व्याकूळ झाली. एक जण राजाजवळ जाऊन म्हणालं, ''महाराज, पाणी पिऊ दे ना.''

तेवढ्यात तळ्यातून राक्षस वर आला व म्हणाला, ''तुम्ही माझ्या तळ्याजवळ का आलात?'' माकडं त्याचा अवाढव्य आकार पाहूनच घाबरली. राजा म्हणाला, ''या माकडांना या तळ्यातलं पाणी पिण्याची परवानगी द्यावी.''

राक्षस खदाखदा हसत म्हणाला, ''पाण्याला स्पर्श न करता कोणी पाणी पिऊ शकेल का? तुमचा कुठलाही अवयव पाण्यात भिजला की मेलातच तुम्ही.''

माकडांचा राजा म्हणाला, ''त्यातल्या पाण्याला स्पर्श न करता पाणी प्यायलं तर चालतं? मग पिणारे मरणार नाहीत.'' राक्षस म्हणाला, ''मी पाण्याबाहेर पडू शकत नाही, पण पाण्यात प्रवेश केला की मी खाणारच. पाण्याला स्पर्श न करता पाणी प्या.'' तो जोरजोरानं हसू लागला. माकडाच्या राजानं माकडांना गोळा करून प्रत्येकाला बांबूची नळी दिली. नळीचं एक टोक दुरूनच तळ्यात बुडवून दुसऱ्या

टोकानं पाणी ओढून घेण्यास सांगितलं. राक्षस हे पाहत होता. जोरात पाणी शोषून घेतल्यावर पाणी बांबूच्या नळीतून वाहू लागलं. साऱ्या माकडांनी एकामागून एक असं पोटभर पाणी पिऊन घेतलं, पण त्यांचा एकही अवयव तळ्यात भिजला नव्हता. राक्षसानं हे पाहिलं तेव्हा तो संपातानं लाल झाला. पण तो काही करू शकत नव्हता. माकडं पाणी पिऊन खुशीनं नाचत, गात निघून गेली. बांबूच्या त्या नळीनं नंतर येणारे अनेक प्राणी पाणी प्यायले. राक्षसाला नुसतं बघत राहण्याखेरीज काहीच करता आलं नाही.

तात्पर्य : युक्तीनं केली शक्तीवर मात.

कोल्ह्याचं पोर

एका अरण्यात एक सिंह-सिंहीण राहत होते. सिंहिणीला दोन पिल्लं झाली. साहजिकच सिंह-सिंहीण खूश झाले. ते आपल्या पिल्लांची खूप काळजी घेत. सिंह अन्न आणायला जायचा. सिंहीण गुहेत पिल्लांना सांभाळायची.

एकदा सिंहाला अरण्यात एक अगदी छोटं कोल्ह्याचं पिल्लू सापडलं. ते एकटंच

होतं. इतकं छोटं पिल्लू पाहून सिंहानं त्याला मारलं नाही, तर घरी आणलं. तो सिंहिणीला म्हणाला, ''हे एकटंच पडलं होतं. तुला हवं तर तू त्याला मारून खा.''

सिंहीण म्हणाली, ''मीही त्याला मारू शकणार नाही. मी तर आई आहे. दुसऱ्या कुणाचं असलं तरी तेही एका आईचं बाळ आहे. मी त्याला माझ्या पिल्लांबरोबर वाढवीन.''

अशा रीतीनं कोल्ह्याचं पिल्लू सिंहाच्या कुटुंबात आलं. सिंह-सिंहीण त्याचीही

चांगली काळजी घेत. सिंहाच्या छाव्यांनाही त्याचा लळा लागला. ती तिघं एकत्र खेळत, वाढत होती.

एकदा अशीच ती खेळत होती. सिंह-सिंहीण गुहेत होती. पिल्लांना एक मोठा हत्ती येताना दिसला. सिंहाची पिल्लं त्याला घाबरली नाहीत, पण कोल्ह्याचं पिल्लू फार घाबरलं. ते सिंहाच्या छाव्यांना हाका मारू लागलं. सिंहाची पिल्लं हत्तीच्या मागे लागली

होती. इथून तिथून धावून त्याला चिडवत होती. पण कोल्ह्याच्या पिल्लानं त्यांना परत बोलावून सांगितलं, ''अरे, केवढा मोठा प्राणी आहे! त्रास दिलात तर तो आपल्याला सहज ठार मारील. त्याच्या मागे नका लागू.'' तिघं पळत गुहेकडे आले

गुहेत गेल्यावर छाव्यांनी तक्रार केली, ''बाबा, आत्ता आम्हाला एक मोठ्ठा हत्ती दिसला. आम्हाला त्याच्या मागे जायचं होतं. पण या कोल्ह्यानं सांगितलं, की तो आम्हाला सहज मारून टाकील. तो हत्तीला घाबरला आणि पळाला. आम्हाला त्याच्याशी खेळायचं होतं; पण हा पळाला म्हणून आम्हालाही यावं लागलं.''

कोल्ह्याच्या पिल्लाला हे बोलणं फार लागलं. तो संतापून म्हणाला, "मी नाही भित्रा. हत्ती प्रचंड असतो हे तर खरं? तुम्हाला सांभाळायची जबाबदारी माझी आहे, म्हणून सांगितलं. कोण भित्रं आहे ते पाहायचं असेल तर आपण मारामारी करू. चालेल?"

सिंहीण त्यांचं बोलणं ऐकत होती. तिनं त्यांना समजावलं. त्याला हलक्या आवाजात म्हणाली, "हे बघ, ती दोघं लहान आहेत तुझ्याहून. रागावू नकोस. मारामारी पण नको करूस. त्यांच्याकडे लक्षच देऊ नकोस म्हणजे झालं!"

पण कोल्ह्याचं पिल्लू चिडलेलंच होतं. ते म्हणालं, "पण आई, ते मला कसे हसातहेत बघ. मी शूर आहे. त्यांना सहज हरवीन मारामारीत."

सिंहीण हसून म्हणाली, ''मला माहीत आहे रे आणि त्यांनाही कळेलच. पण खरं हे आहे, की कोल्हे हत्तीला घाबरतात. कोल्हा कधी हत्तीला ठार मारू शकत नाही.''

कोल्ह्याचं पिल्लू हे ऐकून थक्कच झालं. मग सिंहिणीनं त्याला खरं काय ते सांगितलं. ती म्हणाली, ''तू आहेस एक कोल्ह्याचं पिल्लू. बाबांना तू छोटासा जंगलात पडलेला सापडलास. ते तुला घरी घेऊन आले. आम्ही तुला आमच्या पिल्लांबरोबर वाढवलं, पण तुझा स्वभाव काही बदलला नाही. तुझ्यात कोल्ह्यांचेच गुण येणार. माझ्या पिल्लांना हे माहीत नाही. पण कळलं तर कदाचित् तेच तुला ठार करतील.

कारण कोल्हे हे सिंहाचं नैसर्गिक अन्न आहे. मला वाटतं आता वेळ आली आहे, तू इथून निघून जावंस. एखादा कोल्ह्यांचा कळप शोधून त्यांच्याबरोबर राहा. तुला माझ्या पिल्लांनी ठार करावं असं मला तरी वाटत नाही.''

कोल्ह्यानं त्यांचा निरोप घेतला. एका कोल्ह्यांच्या कळपात तो खुशीत राहू लागला.

तात्पर्य : प्रत्येक प्राण्यानं आपल्या कळपातच राहावं.